Eat the Rainbow

by Windy Pham
illustrated by Ngan Nguyen

Follow Us

@Little.Ant.World

MÀU ĐỎ

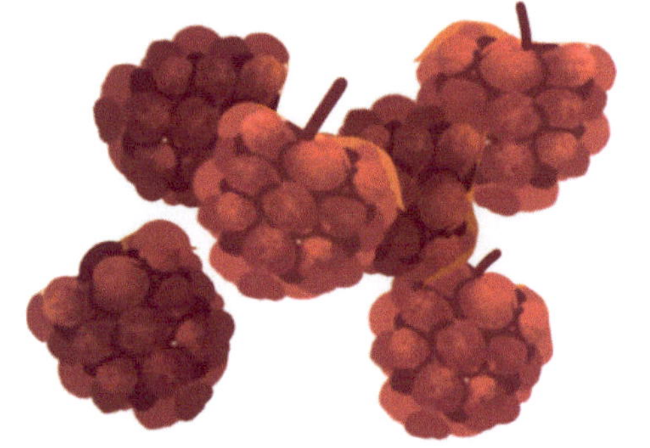

mâm xôi đỏ
raspberry

ớt
chili

táo
apple

dưa hấu
watermelon

vải
lychee

chôm chôm
rambutan

cà chua
tomato

lựu   pomegranate

dâu
tây
strawberry

anh đào
cherry

orange
MÀU CAM

mơ
apricot

đào peach

nghệ
turmeric

hồng
persimmon

bí ngô pumpkin

đu đủ papaya

cà rốt
carrot
quýt tangerine
quất/tắc
kumquat
khoai lang
sweet potato
cam
orange
dưa vàng cantaloupe

yellow
MÀU VÀNG

chuối
banana

chanh
lemon

riềng
galangal

gừng
ginger
dứa/thơm
pineapple

khế
star fruit
bưởi
pomelo
bắp/ngô corn
ớt chuông
bell pepper
xoài
mango

purple

MÀU TÍM

cà tím
eggplant

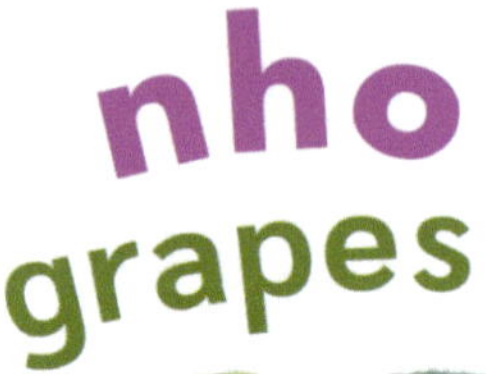

nho
grapes

bắp/hoa chuối
banana flower

mận
plum

củ dền
beet

củ hành
onion

sung
fig

việt quất
blueberry

măng cụt
mangosteen

chanh dây
passion fruit

mía sugarcane

MÀU XANH LÁ CÂY

bắp cải tí hon
brussels sprout

măng tây
asparagus

xà lách
lettuce

cần tây
celery

a-ti-sô
artichoke

rau bina
spinach
tỏi tây
leek
bông cải xanh
broccoli
bắp cải
cabbage
bí ngòi
zucchini

green
MÀU XANH LÁ CÂY

cải xoăn
kale

su su
chayote

cải chíp
bok choy

đậu bắp okra

cải xoong
watercress

đậu đũa
green bean
đậu peas
su hào
kohlrabi
rau muống
morning glory
mướp
loofah

green
MÀU XANH LÁ CÂY
rau mùi/ ngò rí
cilantro
thì là dill
bạc hà
mint
hành lá
green onion
hẹ
chive

rau ngổ/ ngò om
rice paddy herb
húng quế
basil
rau răm
Vietnamese coriander
mùi tàu/ ngò gai
saw leaf
sả lemongrass

MÀU XANH LÁ CÂY

dưa gang
honeydew

khổ qua
bittermelon

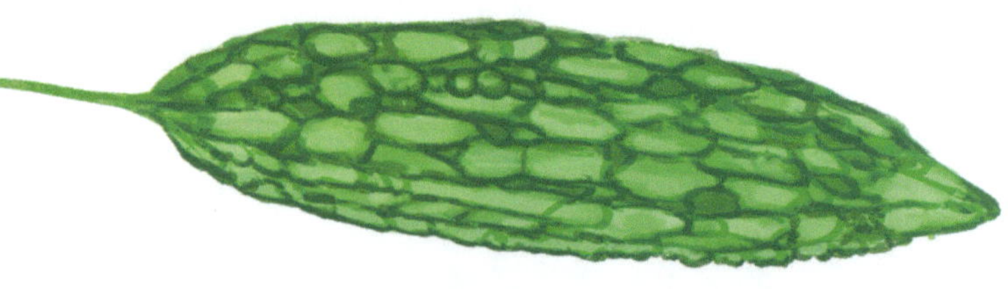

mít jackfruit

dừa coconut

sầu riêng durian

vú sữa star apple

MÀU NÂU

dương đào
kiwi

khoai môn
taro

khoai tây
potato

me
tamarin

sắn/khoai mì
yuca

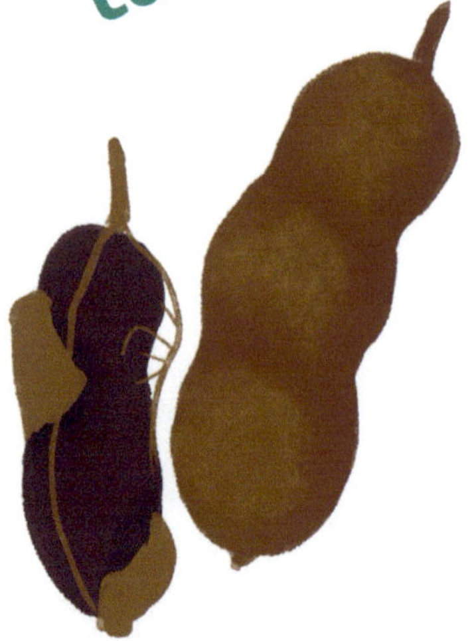

chà là
date

hồng xiêm/
sa-pô-chê
sapodilla

nấm
mushroom

nhãn
longan

black
MÀU ĐEN

ấu
water caltrop

mâm xôi đen
blackberry

củ cải
radish

thanh long
dragon fruit

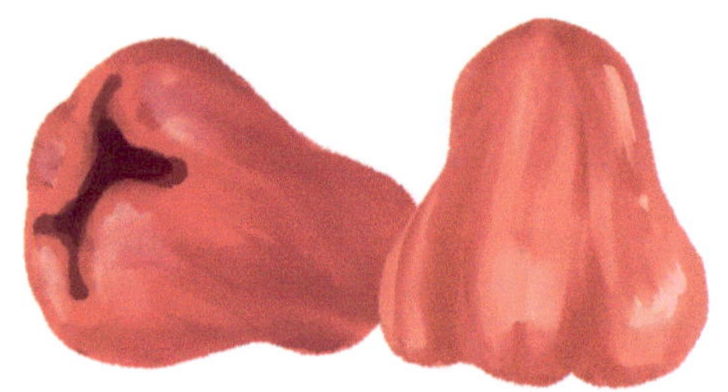
mận/roi
waterapple

pink
MÀU HỒNG

lạc/đậu phộng
peanut

củ đậu/sắn
jicama

tỏi
garlic

súp lơ
cauliflower

giá đỗ
bean sprout

Bé thích màu gì?

đỏ
red

cam
orange

vàng
yellow

tím
purple

xanh lá
green

What is your favorite color?

trắng
white

đen
black

nâu
brown

hồng
pink

xanh dương
blue

little
ant
world

Our Library

The ABCs
of Vietnamese Food
Windy Pham

VIETNAMESE
animal
alphabet
by Windy Pham

Từ Điển Rau Củ Quả
Eat
the
Rainbow
by Windy Pham
illustrated by Ngan Nguyen

MỘT HAI
BAAA
VIETNAMESE - ENGLISH
1 2 3

Where is the
moon?
trăng ơi trăng đâu rồi?

FOLLOW US

@LITTLE.ANT.WORLD

FREE LIBRARY

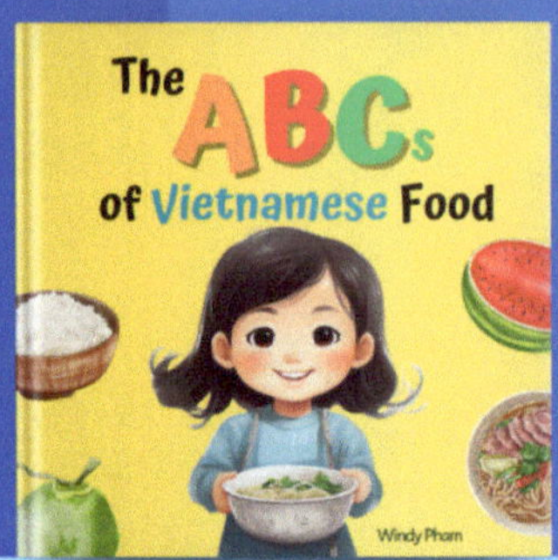

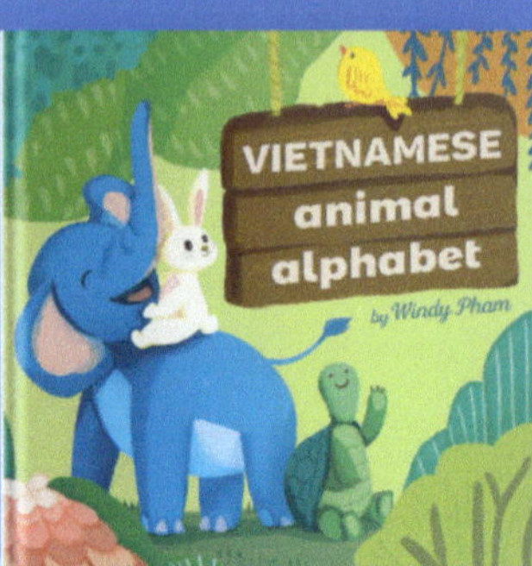

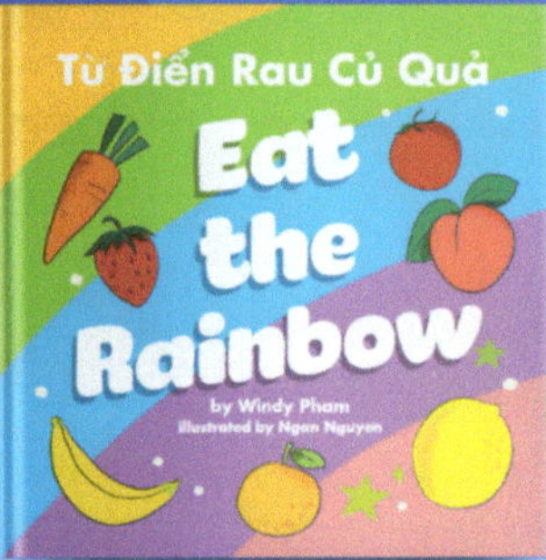

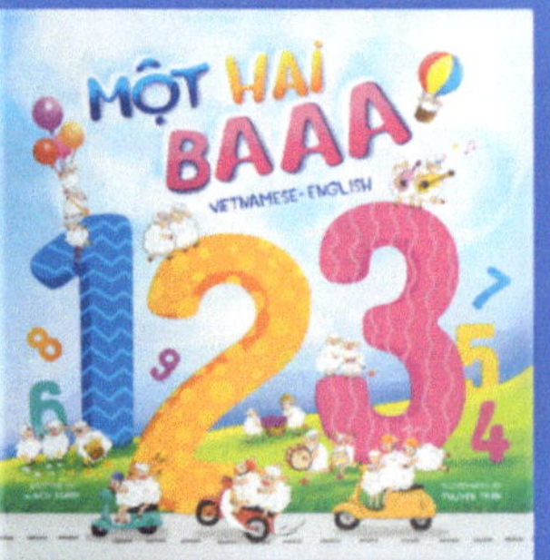

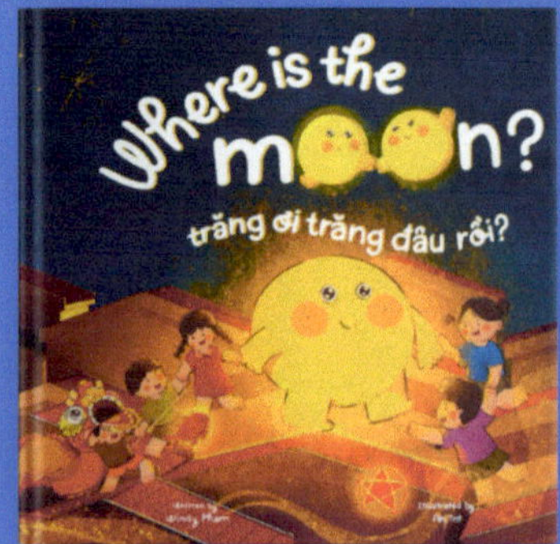

Xin chào các gia đình nhỏ!
Những cuốn sách này được tạo ra từ mong muốn giúp các con học Tiếng Việt và văn hoá Việt Nam. Mỗi cuốn sách mang đến một thế giới đầy màu sắc và sự yêu thương. Mong rằng cuốn sách này sẽ đem lại hạnh phúc và sự kết nối cho gia đình bạn. Cảm ơn ba mẹ đã lựa chọn Little Ant World.

Hello to all the little families!
These books were created with the hope to help children learn the Vietnamese language and culture. Each book brings a world full of color and love. We hope that this book will bring happiness and connection to your family. Thank you for choosing Little Ant World.

www.LittleAntWorld.com

www.ingramcontent.com/pod-product-compliance
Lightning Source LLC
Chambersburg PA
CBHW042124110726
48006CB00003B/761